என் பெயர் _____

என் வயது _____

ABCs of Tamil for Kids பெருமையுடன் வழங்கும் இந்த சிறுவர் தமிழ் பயிற்சி நூலைப் பெற்ற உங்களுக்கு, எங்களுடைய மனமார்ந்த நன்றி.

இந்த பயிற்சி நூல் பாலர் பள்ளி மாணவர்களுக்கு மிகவும் பொறுத்தமானதாக இருக்கும் என நம்புகிறோம்.

3-7 வயது சிறுவர் சிறுமிகள் நிச்சயமாக இந்த புத்தகத்தைப் பயன்படுத்தி மகிழ்வார்கள்.

இந்தப் பயிற்சி நூலில் நீங்கள் பல சுவாரசியமான பயிற்சித் தாட்களைக் காணலாம். வண்ணம் தீட்டுதல், சொற்களைப் படங்களுடன் இணைத்தல், சொற்களைக் கண்டுபிடித்தல், போன்ற பலவற்றை மகிழ்ச்சியுடன் பிள்ளைகள் செய்யலாம்.

சிறுவர் தமிழ் பயிற்சி நூலில் வரும் சொற்கள் அனைத்தும் நமது 4D சிறுவர் தமிழ் பாட அட்டைகளில் நீங்கள் காணலாம். இப்பாட அட்டைகளையும் பயிற்சி நூலையும் இணைந்துப் பயன்படுத்துவது அவசியம் இல்லை என்றாலும், இவ்வாறு செய்வது உங்கள் பிள்ளைகளுக்கு அவை அதிக பயனுள்ளதாக இருக்கும் என்பது உறுதி.

இந்த பயீற்சி நூல் உங்களுக்குப் பயன் உள்ளதாக அமையும் என நம்புகிறொம். தமிழ் மொழியை மேலும் வளர்ப்பது எப்படி என்பதைத் தெரிந்துக் கொள்ள எங்கள் இணையப் பக்கத்தினை நாடுங்கள்.

Congratulations on getting your own copy of the 4D சிறுவர் தமிழ் பயிற்சி நூல்.

This workbook is perfect for children between the ages of 3-7. This is especially perfect for children getting introduced to the Tamil language and are in Pre-K, and Kindergarten. We are certain that this book can help your child enjoy and learn the Tamil language easily.

All the words featured within this workbook are also featured on our 4D சிறுவர் தமிழ் flashcard set.

While it isn't necessary to use both these resources together, they certainly work together to build great language skills in your child - all while they have fun. Your child would be able to master seeing, hearing and recognizing all the words.

This workbook comes with various activities such as colouring, matching words, finding words, and much more. These are simple activities that children will enjoy as they see, hear, and start recognizing the names of animals, birds, fruits, vegetables, and vehicles.

We hope that you and your child enjoys learning with this workbook. For more resources on how to make learning Tamil as easy as ABC, please do visit our website.

தமிழ் மொழியை
ABC போல
சுலபம் ஆக்குவோம்

கீழ்வரும் சொற்களின் படங்களைக் கண்டுப்பிடித்து
அவற்றை மட்டும் வண்ணம் இடுங்கள்.

1. சோளம்   2. பேரிக்காய்

3. எலுமிச்சைப்பழம் 4. தக்காளி   5. நரி

கீழ்வரும் சொற்களைக் கண்டுப்பிடித்து வட்டம் இடுங்கள்

கு	லி	ம	ஆ	ச	ப	எ	டு	சு	வ
தி	கெ	கா	ர	தா	பெ	சீ	ழ	ல	மு
ரை	வ	ளா	ஞ்	ல்	அ	இ	வ்	ச	ங்
கே	பொ	ன்	சு	உ	கு	சு	ம	க	கோ
அ	ல	ய	ஞு	ப	லு	ள்	யு	சீ	ழி
ஒ	ட்	ட	க	ச்	சி	வி	ங்	கி	ஒ
ரு	க	கா	சி	டி	ம்	ய	ன்	ஈ	அ

1. ஆரஞ்சு 2. காளான் 3. குதிரை

4. கோழி 5. ஒட்டகச்சிவிங்கி

கீழ்வரும் படத்திற்கு அழகாக வண்ணம் இடுங்கள்

விமானம்

Aeroplane

கீழ்வரும் சொற்களின் படங்களைக் கண்டுப்பிடித்து அவற்றை மட்டும் வண்ணம் இடுங்கள்.

1. தர்பூசணிப்பழம்   2. பேருந்து   3. நாய்

4. தவளை   5. தீ அணைப்பாளர் வண்டி

கிழ்வரும் படத்தைக் கண்டு அதன் பெயரை, கொடுக்கப்பட்டுள்ள எழுத்துகளின் உதவியுடன் சரியாக மாற்றி எழுதுங்கள். அதற்குப் பின் படங்களுக்கு வண்ணம் தீட்டுங்கள்

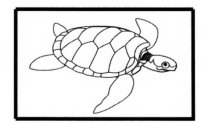

ட ல் க   மை ஆ

___ ___ ___   ___ ___

ல் க ட   ய் நா

___ ___ ___   ___ ___

றா சு   ன் மீ

___ ___ ___   ___ ___

த மு லை

___ ___ ___

கீழ்வரும் படத்திற்கு அழகாக வண்ணம் இடுங்கள்

ஆப்பிள்

Apple

கிழ்வரும் படத்தைக் கண்டு அதன் பெயரை, கொடுக்கப்பட்டுள்ள எழுத்துகளின் உதவியுடன் சரியாக மாற்றி எழுதுங்கள். அதற்குப் பின் படங்களுக்கு வண்ணம் தீட்டுங்கள்

ன மா வி ம்

_ _ _ _

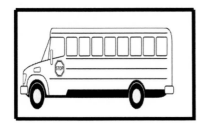

து பே ந் ரு

_ _ _ _

வ மி ண் தி டி

_ _ _ _ _

கீழ்காணும் படங்களைச் சரியான சொல்லுடன் இணையுங்கள். பின்னர், படங்க்ளுக்கு வண்ணம் தீட்டுங்கள்.

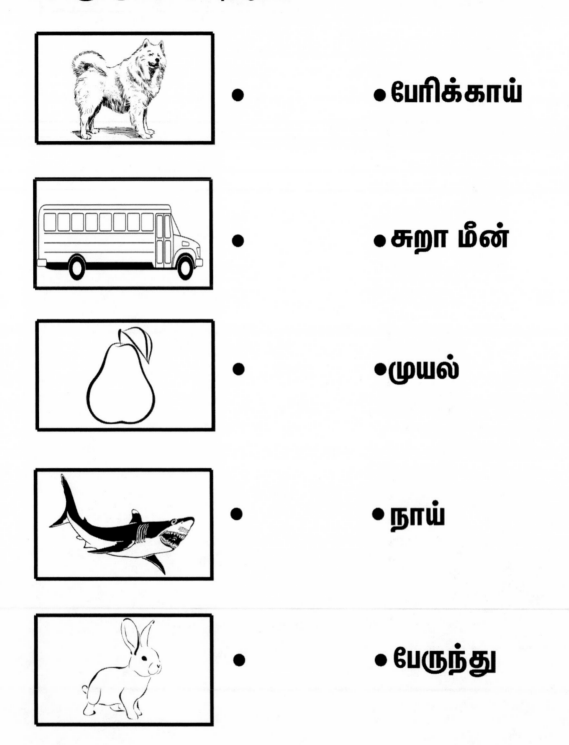

• • பேரிக்காய்

• • சுறா மீன்

• • முயல்

• • நாய்

• • பேருந்து

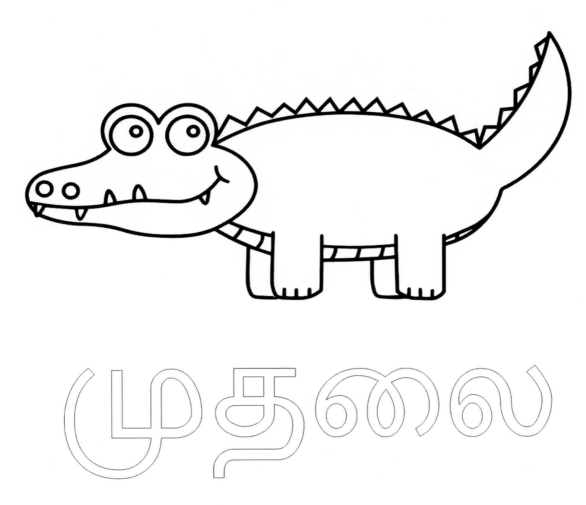

கீழ்வரும் படத்திற்கு அழகாக வண்ணம் இடுங்கள்

முதலை

Crocodile

கீழ்வரும் சொற்களைக் கண்டுப்பிடித்து வட்டம் இடுங்கள்

க	க	ம	கு	ச	ப	எ	டு	சு	வ
ஐ	ழு	மெ	பூ	தா	பெ	சீ	ழ	ல	ஆ
மா	கு	ளா	கு	ர	ங்	கு	வ்	ச	ப்
கே	பொ	ண	ந்	உ	கு	சு	ம	க	பி
அ	ல	ய	ஞ	ப	லு	ள்	யு	சீ	ள்
வி	மா	ன	ம்	ஊ	ட	ப	மா	ப்	ஔ
ரு	க	கா	சி	டி	ம்	ய	ன்	ஈ	அ

1. கழுகு 2. குரங்கு 3. விமானம்

4. மான் 5. ஆப்பிள்

கீழ்வரும் படத்திற்கு அழகாக வண்ணம் இடுங்கள்

தவளை

Frog

கீழ்காணும் ஆங்கிலச் சொற்களைச் சரியான தமிழ் சொல்லுடன் இணையுங்கள்

Apple ●	● கடல் ஆமை
Police Car ●	● மிதிவண்டி
Sea Turtle ●	● காவலர் வண்டி
Horse ●	● ஆப்பிள்
Bicycle ●	● கழுகு
Fire Truck ●	● தேனீ
Eagle ●	● கடல் நாய்
Bee ●	● குரங்கு
Monkey ●	● குதிரை
Seal ●	● தீ அணைப்பாளர் வண்டி

கீழ்காணும் படங்களைச் சரியான சொல்லுடன் இணையுங்கள். பின்னர், படங்க்ளுக்கு வண்ணம் தீட்டுங்கள்.

• •சிங்கம்

• •வாழைப்பழம்

• •தேனீ

• •வாத்து

• •புலி

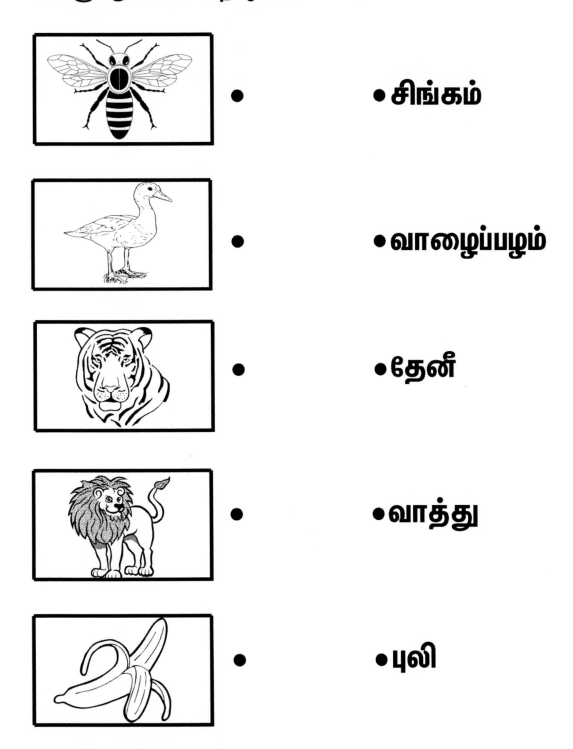

கீழ்காணும் ஆங்கிலச் சொற்களைச் சரியான தமிழ் சொல்லுடன் இணையுங்கள்

Banana● ●கோழி

Corn● ●ரயில் வண்டி

Tomato● ●மோட்டார் வண்டி

Train● ●சோளம்

Car● ●தக்காளி

Sea Star● ●தர்பூசணிப்பழம்

Chicken● ●வாழைப்பழம்

Tiger● ●எலுமிச்சைப்பழம்

Watermelon● ●புலி

Lemon● ●கடல் நட்சத்திரம்

18

கிழ்வரும் படத்தைக் கண்டு அதன் பெயரை, கொடுக்கப்பட்டுள்ள எழுத்துகளின் உதவியுடன் சரியாக மாற்றி எழுதுங்கள். அதற்குப் பின் படங்களுக்கு வண்ணம் தீட்டுங்கள்

ட ட் ம் க ஒ

_ _ _ _ _

கு க ழு

_ _ _

த் து வா

_ _ _

ங் கு ர கு

_ _ _ _

கீழ்வரும் படத்திற்கு அழகாக வண்ணம் இடுங்கள்

குதிரை

Horse

கீழ்காணும் படங்களைச் சரியான சொல்லுடன் இணையுங்கள். பின்னர்,
படங்க்ளுக்கு வண்ணம் தீட்டுங்கள்.

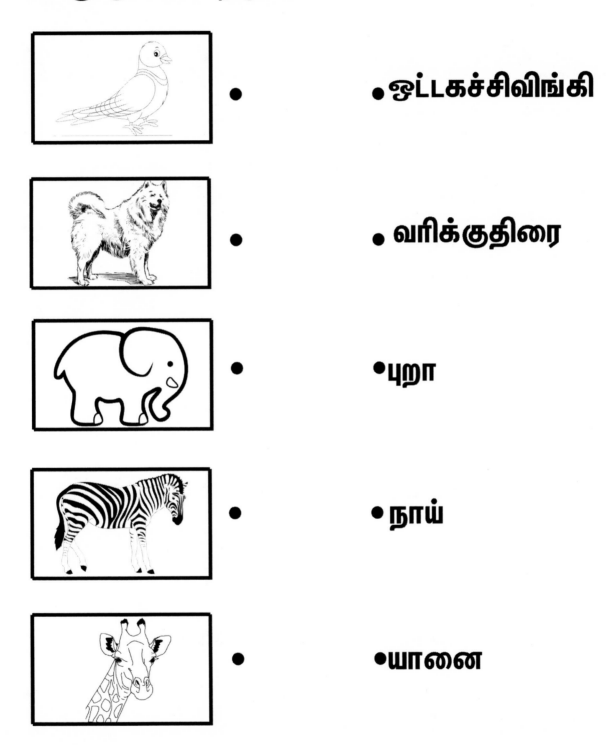

• ஒட்டகச்சிவிங்கி

• வரிக்குதிரை

• புறா

• நாய்

• யானை

கீழ்காணும் ஆங்கிலச் சொற்களைச் சரியான தமிழ் சொல்லுடன் இணையுங்கள்

Rabbit ●   ● மோட்டார் சைக்கிள்

Lion ●   ● தவளை

Aeroplane ●   ● பரங்கிக்காய்

Pumpkin ●   ● திராட்சைப்பழம்

Grapes ●   ● ஆரஞ்சுப்பழம்

Frog ●   ● மான்

Orange ●   ● நரி

Deer ●   ● விமானம்

Motorbike ●   ● சிங்கம்

Fox ●   ● முயல்

கிழ்வரும் படத்தைக் கண்டு அதன் பெயரை, கொடுக்கப்பட்டுள்ள எழுத்துகளின் உதவியுடன் சரியாக மாற்றி எழுதுங்கள். அதற்குப் பின் படங்களுக்கு வண்ணம் தீட்டுங்கள்

   க் த கா ளி

_ _ _ _

   பி ஆ ப் ள்

_ _ _ _

   ம் சோ ள

_ _ _

   கா ன் ளா

_ _ _

தமிழ் மொழியை ABC போல சுலபம் ஆக்குவோம்

For More Information
Pls Visit Us
@
www.tamil-for-kids.com

Made in United States
North Haven, CT
11 May 2024

52343466R00017